हितोपदेश

रोचक कथा

हे पुस्तक **माझं** आहे.

....

....

मेहता पब्लिशिंग हाऊस

HITOPADESH ROCHAK KATHA by Mohan Velhal

हितोपदेश रोचक कथा / बालसाहित्य
मोहन वेल्हाळ

संस्थापक : सुनील अनिल मेहता

प्रकाशक : मेहता पब्लिशिंग हाऊस प्रा. लि.,
१९४१ सदाशिव पेठ, माडीवाले कॉलनी, पुणे – ४११०३०.
✆ ०२०-२४४७६९२४
E-mail : production@mehtapublishinghouse.com
Website : www.mehtapublishinghouse.com

मुद्रक : श्री मुद्रा

प्रथम आवृत्ती : ऑगस्ट, २००५ / जुलै, २००७ / ऑक्टोबर, २०१३ /
सप्टेंबर, २०१८ / पुनर्मुद्रण : एप्रिल, २०२४

मुखपृष्ठ व आतील चित्रे : देवीदास पेशवे

संचाची किंमत : ₹ ४००/-
(४ पुस्तकांचा संच)

P Book ISBN 9788171619849

बोक्याचा मूर्खपणा

एका डोंगरातल्या गुहेत दुर्दान्त नावाचा सिंह राहत होता. दिवसभर जंगलात हिंडून तो शिकार करी. रात्री आपल्या गुहेत परत येऊन झोपी जात असे.

सिंहाला झोप लागल्याचे पाहून एक उंदीर तिथे यायचा. त्याची आयाळ कुरतडून निघून जायचा.

आपली आयाळ रोज कुरतडलेली असते हे सिंहाच्या लक्षात आले. हे एखाद्या उंदराचेच काम असावे, अशीही त्याची खात्री झाली होती; पण तो कुरापतखोर उंदीर कोण? ते दिसत नव्हते. सिंहाला या गोष्टीचा फार वैताग आला होता.

काय करावे असा विचार सतत सिंहाच्या मनात होता. एक दिवस सिंह जंगलातून गावाच्या दिशेने गेला. तिथे त्याला एक बोका भेटला.

सिंह आणि बोका एकाच कुळाचे मानले जातात. नाना खटपटी-लटपटी करून सिंहाने बोक्याचा विश्वास संपादन केला. त्याला घेऊन तो आपल्या गुहेत आला.

गुहेत येताच सिंहाने बोक्याचा आदर-सत्कार केला.

त्या रात्रीपासून बोका सिंहाच्याच गुहेत राहू लागला.

बोक्याच्या सततच्या भीतीने उंदीर बिळाच्या बाहेर पडू शकत नव्हता. तेव्हा सिंहाची आयाळ कुरतडण्याचे दूरच राहिले.

सिंहाची काळजी मिटल्याने तो आता रात्री सुखाने झोपू शकत होता.

कधी क्वचित उंदराचा चूं चूं असा आवाज सिंहाच्या कानांवर यायचा. त्या त्या वेळी तो बोक्याला नेहमीपेक्षा अधिक आणि उत्तम मांस खायला घालायचा.

एके दिवशी सिंह शिकारीच्या शोधात गुहेच्या बाहेर पडला आणि जंगलाच्या दिशेने निघून गेला.

बोका गुहेतच बसून राहिला. त्याला स्वत:च्या आहाराची काळजी नव्हती, कारण त्याची व्यवस्था स्वत: सिंहच करत होता.

सिंह गुहेबाहेर पडल्याचे पाहून भुकेने व्याकूळ झालेला उंदीर बिळातून हळूच बाहेर पडला. इकडेतिकडे हिंडून काही खायला मिळते आहे का, याचा शोध घेऊ लागला. उंदीर लपतछपत वावरत होता, तरीही सावध बोक्याची नजर त्याच्यावर पडली आणि पापणी लवेतो त्याने उंदरावर झडप घालून त्याला पकडले आणि खाऊन टाकले.

हा प्रकार घडल्यानंतर बरेच दिवसांनी सिंहाच्या ते लक्षात आले. 'हल्ली उंदराचा चूं चूं आवाज कसा ऐकू येत नाही?' एक-दोन दिवसांनंतर त्याने काळजीपूर्वक शोध घेतला, तेव्हा त्याच्या लक्षात आले, की उंदीर आता इथून निघून गेला आहे.

'उंदीरच नाही, तर मग बोक्याची आवश्यकताच काय?'

झाऽलं, त्या दिवसापासून सिंहाने बोक्याकडे दुर्लक्ष करायला सुरुवात केली. त्यामुळे बोक्याला कधी खायला मिळे, कधी मुळीच नाही. त्याची उपासमार होऊ लागली. भीतीमुळे बोका त्याविषयी तक्रारही करू शकत नव्हता. मग काय? शेवटी एक दिवस संधी पाहून पटकन् बोका तिथून लांब पळत सुटला.

आपली गरज उरली नाही, असे कळल्यावर उगाच थांबून राहू नये.

मूर्ख माकड

मगध देशात शुभदत्त सावकाराने एक वाडा बांधायला घेतला. त्यासाठी खिडक्या-दारे-चौकटी करण्याचे काम चालू होते. दोन सुतार लाकडी ओंडक्याच्या फळ्या करवतीच्या साहाय्याने कापत होते.

दुपारी जेवणाची वेळ झाल्यावर त्यांनी काम थांबवले. लाकूड जिथपर्यंत कापले होते, तिथे त्यांनी एक पाचर ठोकली. करवत बाजूला ठेवून ते दोघेही घरी जेवायला गेले.

सुतार निघून गेल्यावर दहा-पाच माकडांचा एक कळप तिथे उड्या मारीत आला. कोण इथे, कोण तिथे. काही झाडावर लोंबकळू लागली. काहीजण खायला काहीतरी शोधायला लागली.

एक माकड त्या अर्धवट चिरून ठेवलेल्या ओंडक्यावर येऊन बसले. ते जिथे बसले, तिथ्थेच पाचर ठोकलेली होती. त्याचे तोंड एका दिशेने, तर पाठ चिरलेल्या दिशेने होती. पाय खाली सोडलेले.

ओंडक्यावर बसताच त्याचे शेपूट फटीतून लोंबकळू लागले. गंमत म्हणून ते माकड पाचरीशी खेळू लागले. ती पाचर काढण्याचा प्रयत्न करू लागले. थोड्या वेळात पाचर फटकन् निघून त्याच्या हातात आली; पण शेपूट मात्र त्या फटीत अडकले. माकड जोरजोरात ओरडू लागले. सगळी माकडे जमली. तेवढ्यात सुतार परत आले. हसत हसत त्यांनी परत ती पाचर लाकडात ठोकली.

मग काय! घाबरत आणि उड्या मारत ते माकड धूऽम पळत सुटले.

नसत्या उचापती करू नयेत.

पुन्हा उंदीर

एका तपोवनात एक सिद्ध मुनी राहत असत.

एके दिवशी नित्याची साधना करीत असताना एक छोटासा उंदीर त्यांच्या पुढ्यात येऊन पडला. त्यांनी पाहिले, एक कावळा त्याला चोचीत धरून निघाला असताना तो उंदीर खाली पडला होता.

दयाळू मुनींनी त्या उंदराच्या पिल्लाला हळूच उचलून घेतले. नंतर ते त्याचा सांभाळ करू लागले.

एके दिवशी कुठूनसे एक मांजर तिथे आले. उंदराच्या पिल्लावर दृष्टी पडताच त्या मांजराने त्याच्यावर झेप घेतली. तेवढ्यात ते उंदराचे पिल्लू सुळकन् मुनींच्या मांडीखाली जाऊन लपले. त्याला असे लपलेले पाहून मुनी म्हणाले,

"अरे, तू या मांजराला भितोस काय? जा, तूही मांजर हो!"

मुनींनी वर देताच उंदराचे रूपान्तर तात्काळ मांजरात झाले.

मांजरात रूपान्तर झालेला तो उंदीर आता कुत्र्यांना भिऊ लागला.

मुनींच्या ते लक्षात येताच ते म्हणाले,

"अरे, तुला कुत्र्यांची भीती वाटते ना? मग, तूही कुत्रा हो!"

मांजराचे रूप घेतलेला तो उंदीर आता कुत्रा झाला. तरीही त्याची भीती गेली नाही. तो आता वाघाला भिऊ लागला. तो वाघाला भीत असल्याचे पाहून मुनी त्याला म्हणाले,

"अरे, तुला आता वाघाची भीती वाटतेय्! जा, तूच वाघ हो!"

अशा प्रकारे मांजर, कुत्रा असे बदल होत एक उंदीर आता वाघ झाला; पण स्वत: मुनी त्याला अजूनही उंदराचे एक पिल्लूच समजत होते.

लोकसुद्धा त्याच्याकडे पाहून म्हणत, "मुनीश्रींनी एका उंदराच्या पिल्लाचे रूपान्तर वाघात बघा कसे केले!"

वाघ झालेल्या उंदराला हे ऐकून खूप राग यायचा. 'आपण मूळचे उंदीर आहोत, हे

कुणीच विसरायला तयार नाही.' यापासून स्वत:ची कायमची सुटका करून घेण्यासाठी त्याने मुनींनाच मारून टाकण्याचा निश्चय मनाशी केला.

संधी मिळताच तो मुनींच्या जवळजवळ जाऊ लागला.

मुनींनी त्याच्या मनातला दुष्ट कावा लगेच ओळखला. वाघाने त्यांच्यावर झेप घ्यायच्या आधीच त्यांनी शापवाणी उच्चारली,

"असे आहे काय? मग तू पुन्हा उंदीरच हो!"

...आणि वाघ पुन्हा उंदीर झाला.

आपल्या मूळ स्थितीचा विसर पडू देऊ नये.

वाघाचं कातडं

हस्तिनापूर नगरात एक परीट राहत होता. कापडांची ओझी वाहण्यास त्याने एक गाढव आपल्या पदरी बाळगले होते. सतत फक्त काम करूनही या गाढवाच्या पोटाला पुरेसे मिळत नव्हते. वर त्याचा मालक त्याच्या पाठीवर जास्तीत जास्त ओझे लादत असे. प्रसंगी त्याला चार तडाखेही हाणत होता. परिणामी गाढव फारच अशक्त झाले होते.

अशक्तपणामुळे गाढवाला ओझी वाहण्याचे काम झेपेनासे झाले. त्याचे पाय लटपटत. परटाने यावर एक तोडगा शोधून काढला. तो कुठून तरी एक वाघाचे कातडे घेऊन आला. गाढवाच्या अंगावर हे कातडे टाकून तो परीट त्याला कुणाच्याही शेतात चरण्यासाठी सोडून देऊ लागला.

पिकांची राखण करणारे शेतकरी रात्री शेतावर येत. त्यांना पिकात जनावराची खसपस ऐकू येई. ते जाऊन पाहत; पण तो वाघ आहे, हे जाणवताच तिथून पळून जात.

गाढव त्या शेतात मनसोक्त चरत राहात असे. सकाळी त्याचा मालक त्याला घेऊन घरी जात असे.

अशा प्रकारे एका पैशाचीही पदरमोड न होता परटाचे गाढव थोड्याच दिवसांत चांगलेच धष्टपुष्ट झाले.

रोज होणारे पिकांचे नुकसान पाहून एका शेतकऱ्याला खूप वाईट वाटत होते. मेहनत करून पिकवलेल्या शेताची नासाडी होत असलेली पाहून, त्याने त्या वाघाला धडा शिकवण्याचा निश्चय केला. मळकट रंगाचे एक घोंगडे अंगावर पांघरून आणि छोटी बंदूक हातात ठेवून तो त्या वाघाची आपल्या शेतात बसून वाट पाहू लागला.

नेहमीप्रमाणे गाढव त्या शेतात आले. त्याला अंधारात नीट दिसले नाही. मळकट

रंगाचे घोंगडे पांघरलेल्या शेतकऱ्याला पाहताच त्याला वाटले, 'आपल्यासारखं हेही एक गाढव पिकात घुसलेलं दिसतंय.' त्याने एकदम खिंकाळायला सुरुवात केली.

हा वाघ नाही, वाघाचे कातडे पांघरलेले गाढव आहे, हे लक्षात येताच त्या शेतकऱ्याने गाढवाला बेदम चोप दिला. गाढव सैरावैरा पळतच सुटले.

भलती नक्कल संकटातच टाकते.

हुशार ससा

एक प्रचंड ताकद असलेला सिंह एका गुहेत राहत होता. तो रोज जंगलातील अनेक प्राण्यांची शिकार करत असे. त्याला पाहताच जंगलातील सर्वच प्राण्यांचा थरकाप होई.

एकदा या सर्व प्राण्यांनी एक सभा भरवली. त्या सभेत असा ठराव झाला, की या बाबतीत सिंहाशी सविस्तर बोलावे.

प्राण्यांचे काही निवडक प्रतिनिधी मग सिंहाकडे गेले. त्यांना एकत्र आलेले पाहून सिंहाला आश्चर्य वाटले. सर्व प्राण्यांनी त्याला नमस्कार केला.

मग एका प्राण्याने हात जोडून सिंहाला विनंती केली,

''महाराज, आपण या जंगलचे राजे. खरं तर एका प्राण्याच्या मांसाने आपले पोट भरते; पण आपण रोज अनेक प्राण्यांची हत्या करता.''

सिंह गर्जना करीत म्हणाला, ''मऽऽग? तुमचं म्हणणं काय?''

सर्व प्राण्यांनी सिंहाला विनंती केली,

''महाराज, आपण यापुढं कोणत्याही प्राण्याची शिकार करण्याचे कष्ट घेऊ नयेत. आपली भूक भागावी आणि प्राण्यांची नाहक हत्या होऊ नये, म्हणून प्रत्येक दिवशी एक प्राणी आपल्या सेवेसाठी पाठवण्यात येईल. त्याचं मांस खाऊन महाराजांनी आपली भूक भागवावी.''

सिंहाने काही क्षण विचार केला. मग तो म्हणाला,

''तुम्हां सर्वांची तशीच इच्छा असेल, तर माझीही काही हरकत नाही. मात्र एक लक्षात ठेवा, यात खंड पडलेला मला मुळीच चालणार नाही.''

त्यानंतर रोज एक प्राणी सिंहाकडे पाठवण्यात येऊ लागला. सिंहाची बसल्या जागी भूक भागू लागली.

एके दिवशी एका सशावर सिंहाकडे जाण्याची पाळी आली.

हा ससा अत्यंत बुद्धिमान होता. त्याने मनाशी विचार केला, 'माझं आयुष्य तर आज संपून जाणार. मग मी सिंहाला का प्रसन्न करून घेऊ नये?'

असा विचार करीत तो बराच वेळ एका विहिरीच्या काठावर बसून राहिला. त्यामुळे सिंहाकडे जाण्यास त्याला उशीर झाला.

ससा सिंहाकडे गेला, तेव्हा सिंह भुकेने व्याकूळ झाला होता. सशाला पाहताच तो संतापून गरजला, "एक तर तुझा जीव एवढासा! माझ्या दाढेखाली केव्हा विरघळून जाशील, त्याचा पत्ताही लागणार नाही. त्यात तू एवढ्या उशिरा आलास... बोल, तुला एवढा उशीर का झाला?"

ससा खोटंखोटं घाबरून म्हणाला,

"महाराज, यात माझा काहीच दोष नाहीये! खरं म्हणजे, मी आणि माझा भाऊ – आम्ही दोघंही तुमच्याकडंच यायला निघालो होतो. वाटेत आणखी कुणा नवीन

सिंहानं आम्हांला अडवलं. मी त्याला समजावून सांगितलं, 'हे बघ, तू आम्हांला मारलंस, तर आमचे महाराज तुझ्यावर नाराज होतील आणि तुझा प्राण घेतील!' त्याने विचारले, ''कोण हा तुझा भिकारडा महाराज?''

''मी त्याला तुमच्याविषयी सांगितलं. ते ऐकून तो नवीन सिंह खूप संतापला. आवाज चढवून म्हणाला, 'तू लबाड आहेस. खोटं बोलतो आहेस!' मग मी त्याला म्हणालो, 'नाही हो! मी खरं तेच सांगतो आहे. तुम्हांला खोटं सांगून मला काय मिळणार? माझ्या बोलण्यावर विश्वास बसत नसेल, तर माझ्या भावाला तुमच्याजवळ ठेवून घ्या. मी आमच्या महाराजांना इथं घेऊन येतो.''

सशाने हे सांगताच सिंह क्रोधाने थरथर कापू लागला. त्याचे डोळे लाल झाले. तो गर्जना करीत म्हणाला,

''चल मला घेऊन! कुठं राहतो हा तुझा नवीन सिंह?''

ससा सिंहाला एका विहिरीपाशी घेऊन आला. विहिरीच्या काठाशी येताच ससा म्हणाला,

''एवढ्यात तर इथंच होता. बहुतेक तो आपल्या गुहेत दडून बसला असेल!''

सिंहाने विचारलं, ''गुहा? कुठं आहे त्याची गुहा?''

विहिरीकडे बोट दाखवून ससा म्हणाला,

''महाराज, ही पाहा त्या सिंहाची गुहा!''

मग ससा त्या विहिरीच्या काठावर उडी मारून चढला.

सिंहही विहिरीच्या काठावर दोन पाय ठेवून ओणवा उभा राहत आत डोकावून पाहू लागला.

त्याला विहिरीच्या पाण्यात सशाचं आणि सिंहाचं अशी दोन प्रतिबिंबं दिसली.

ससा सिंहाला म्हणाला,

''तो पाहा, महाराज, माझा भाऊ! त्याच्याशेजारी तो दुसरा सिंह ...आपला शत्रू उभा आहे!''

सिंहाने ती दोन प्रतिबिंबं पाहताच मोठ्याने गर्जना केली. तो आवाज साऱ्या विहिरीभर घुमला आणि त्याचा प्रतिध्वनी काठावर उभ्या असणाऱ्या सिंहाच्या कानांवर आदळला.

झालं! तो प्रतिध्वनी ऐकताच सिंहाच्या रागाचा पारा उसळला आणि त्याने आपल्या शत्रूवर हल्ला करण्यासाठी विहिरीत धाऽडदिशी उडी घेतली. विहिरीत पडताच तो पाण्यात बुडून मरण पावला.

मग काय! सारे प्राणी गोळा होऊन सशाभोवती नाचायला लागले.

ज्याची बुद्धी तीक्ष्ण, तो प्रसंगी श्रेष्ठ ठरतो.

पक्षी आणि माकड

नर्मदा नदीच्या काठावर वडाचे एक प्रचंड मोठे झाड होते. त्या झाडावर अनेक पक्ष्यांनी आपली घरटी बांधली होती. या घरट्यांत हे सारे पक्षी सुखाने राहत होते.

दरवर्षीप्रमाणे या वर्षीही पावसाळा गाजत, घोंगावत आला. आभाळात काळे ढग भरून आले. एकाएकी मुसळधार पावसाला सुरुवात झाली.

सारे पक्षी घाबरून आपापल्या घरट्यात बसून राहिले. थोड्या वेळाने पावसात भिजलेले एक माकड त्या वडाच्या झाडापाशी आले आणि बुंध्याशी कुडकुडत बसून राहिले.

भिजून काकडत असलेल्या त्या माकडाची साऱ्याच पक्ष्यांना दया आली.

एक पक्षी त्याला समजावणीच्या सुरात म्हणाला,

"माकडभाऊ, आम्ही सारे लहानलहान पक्षी आहोत. तरीही आम्ही चोचीत छोट्या छोट्या काड्या, गवत, कापूस गोळा करून घरटी बांधली आहेत. तुझ्यावर ईश्वरानं दया केली आहे. तुला तर हात-पाय दोन्हीही दिले आहेत. तरीही तू स्वत:साठी निवारा म्हणून घरटं का बांधत नाहीस?"

आधीच थंडीने गारठलेल्या त्या माकडाला पक्ष्याने केलेल्या उपदेशामुळे फार संताप आला.

'स्वत:च्या उबदार घरट्यात बसून तू माझी खिल्ली उडवतो आहेस? ठीक आहे!

बघतोच तुझ्याकडं!'

असं मनाशी म्हणत त्याने झाडावर धडाधड उड्या मारत सगळ्या पक्ष्यांची घरटी मोडून-तोडून फेकून दिली.

उपदेश शहाण्या व्यक्तींनाच करावा.

अविचाराचं फळ

उज्जैन नगरात माधव नावाचा एक ब्राह्मण राहत होता. त्याला एक मुलगा होता. थोड्याच दिवसांनंतर त्याला मुंगुसाचे एक पिल्लू सापडले. ब्राह्मणाची पत्नी या मुंगुसाच्या पिल्लालाही आपल्या मुलाइतक्याच प्रेमाने सांभाळू लागली.

एके दिवशी बाह्मणी नदीवर आंघोळीला गेली. जाण्यापूर्वी ती आपल्या पतीला म्हणाली,

"मी नदीवर आंघोळीला जाते आहे. तुम्ही जरा पाळण्याकडं लक्ष ठेवा. बाळ

झोपलं आहे.'' ब्राह्मणी आंघोळीला निघून गेल्यावर थोड्याच वेळात त्या ब्राह्मणाकडे राजवाड्यातून एक राजसेवक आला. त्याने ब्राह्मणाला श्राद्धाच्या महाभोजनाचे आमंत्रण दिले.

ब्राह्मणाने मनाशी विचार केला, 'मी जर पत्नीची वाट पाहत राहिलो, तर मला राजवाड्यात जायला उशीर होईल आणि मग माझ्याजागी महाराज आणखी कुणा ब्राह्मणाला आमंत्रण द्यायला सेवक पाठवून देतील.'

तेव्हा ब्राह्मणाने पाळण्यात झोपलेल्या आपला मुलाची काळजी मुंगुसाच्या पिल्लावर सोपवली आणि तो राजवाड्यात निघून गेला.

ब्राह्मण घरातून बाहेर पडला नाही, तोच एका कृष्णसर्पाने त्या घरात प्रवेश केला.

सरपटत-सरपटत हा कृष्णसर्प मूल झोपलेल्या पाळण्याशी आला, तेव्हा त्याला मुंगुसाने पाहिले. कृष्णसर्पाला पाहताच मुंगुसाने त्याच्यावर त्वेषाने झेप घेतली आणि काही क्षणांतच त्याने त्याचे तुकडे तुकडे करून टाकले.

ब्राह्मणी आंघोळ करून नदीवरून परत येण्याआधीच ब्राह्मण महाभोजन उरकून घरी परत आला. ब्राह्मण घरी परत येताच ते मुंगुसाचे पिल्लू लाडांत येऊन त्याच्या पायांत घोटाळू लागले.

ब्राह्मणाने त्याच्याकडे पाहिले, तेव्हा त्याचे तोंड रक्ताने माखलेले दिसले. ब्राह्मणाला वाटले, 'यानं नक्कीच मुलाला मारून खाल्लं असलं पाहिजे.'

त्याला विलक्षण संताप आला आणि त्या रागाच्या भरात त्याने त्या मुंगुसाच्या पिल्लाला हातातल्या काठीने बेदम मारले. बिचारे मुंगुस!

मुंगुसाला मारल्यानंतर ब्राह्मण घाबरलेल्या अवस्थेत मधल्या घरात आला. त्याने पाळण्यात डोकावून पाहिले, तर बाळ स्वत:शीच खेळत होते. आनंदाने चित्कारत हात-पाय हलवीत होते. पाळण्याच्या खाली कृष्णसर्पाच्या शरीराचे तुकडे पडले होते. काय घडले असावे, याचा अंदाज ब्राह्मणाला आला. खरं तर, मुंगुसाच्या पिल्लाने त्याच्या मुलाचा जीव वाचवला होता आणि त्याच्या तोंडाला लागलेले रक्त त्या कृष्णसर्पाचे होते.

अविचाराने ब्राह्मणाने आपल्या मुलाइतक्याच लाडक्या मुंगुसाच्या पिल्लाचा

नाहक प्राण घेतला होता.

आता पश्चात्ताप करून तरी काय उपयोग?

सर्व बाजूंनी विचार करून निर्णय घ्यावा.

देवदत्ताचं स्वप्न

एका नगरात देवदत्त नावाचा एक ब्राह्मण राहत होता.

एके दिवशी कसलासा सण होता. त्यानिमित्त त्याला सातूंनी भरलेला एक मातीचा घडा दान म्हणून मिळाला. हा घडा घेऊन तो घरी जायला निघाला.

वाटेत दुपार झाली. उन्हं कडक झाली. तसल्या उन्हात पायी चालणे त्या ब्राह्मणाला त्रासदायक होऊ लागले. तेव्हा कुठे तरी सावलीत बसून थोडी विश्रांती घ्यावी, म्हणून तो कुंभाराच्या झोपडीत जाऊन बसला. तिथे कुंभाराने नुकत्याच आव्यातून काढलेल्या मडक्यांच्या उतरंडी रचून ठेवल्या होत्या.

ब्राह्मणाच्या एका हातात सातूंनी भरलेला घडा होताच. दुसऱ्या हातात एक काठी होती.

सावलीत बसल्यावर त्याचे सहजच डोळे मिटले. डोळे मिटताच तो मनाशी कल्पना करू लागला...

'हे सातू विकून मला जे पैसे मिळतील, त्या पैशांतून मी आणखी मातीचे घडे घेईन. या घड्यांचा मी व्यापार करीन आणि मग मी थोड्याच दिवसांत लखपती होईन. लखपती झाल्यावर मी लग्न करीन. माझी पत्नी माझ्या नजरेच्या धाकात राहणारी असेल. समजा, तिनं माझी कधी काळी अवज्ञा केलीच, तर ही काठी मी तिच्या अश्शी पाठीत घालीन!'

विचाराच्या नादात त्याने आपल्या हातातली काठी स्वप्नातल्या पत्नीला मारली, ती सातू भरलेल्या घड्यावर बसली. त्या कुंभाचे तुकडे तुकडे झाले. सारे सातू जमिनीवर विखुरले.

त्याने काठी एवढ्या जोराने फिरवली की, त्या दणक्याने कुंभाराने रचलेल्या माठांच्या उतरंडीही खाली कोसळल्या आणि सारे माठ फुटून गेले.

माठ फुटल्याचा आवाज ऐकताच कुंभार धावत-धावतच तिथे आला. अतिशय कष्टाने तयार केलेल्या त्या माठांचा चुरा झालेला पाहून त्या ब्राह्मणाचीच काठी घेऊन त्याने त्याला यथेच्छ बदडले.

केवळ स्वप्नं पाहणाऱ्यांचे नुकसानच होते.